ਕੁੱਕੜ ਰੁੱਕਾ ਲੈ ਕੇ ਸਾਧ ਬਣਨ ਤੁਰ ਪਿਆ।
ਰਸਤੇ 'ਚ ਇਹਨੂੰ ਕੁੱਕੜੀ ਮਿਲੀ।
'ਕਿਥੇ ਚਲਿਐਂ ਮੇਰਿਆ ਸੁਹਣਿਆ ਕੁੱਕੜਾ?'
ਕੁੱਕੜੀ ਪੁੱਛਣ ਲਗੀ।

ਕੁੱਕੜ ਨੇ ਜਵਾਬ ਦਿੱਤਾ,
'ਮੈਂ ਚੜ੍ਹਿਆ ਜਦ ਢੇਰ 'ਤੇ
ਦਾਣੇ ਖਾਣ ਨੂੰ
ਮੇਰੇ ਹੱਥ ਲੱਗਾ ਰੁੱਕਾ
ਜਿਹਦੇ 'ਤੇ ਲਿਖਿਆ ਸੀ:

      ਕੁੱਕੜ ਬਣੂਗਾ ਸਾਧ
      ਤੇ ਕੁੱਕੜੀ ਸਾਧਣੀ ...

ਇਹਦੇ 'ਚ ਲਿਖਿਐ ਤੂੰ ਮੇਰੇ ਨਾਲ ਚਲ!'

So Cockerel picked up the piece of paper
and set off to become a monk.
As he was going along he met the hen.
'Where are you going to, my good Cockerel?'
asked the hen.

Cockerel replied,
'I climbed on a dung heap
to look for some seeds.
I found a piece of paper
and this is what it said:

      Cockerel must become a monk
      And Hen must be a nun…

It says you must come with me!'

28.9.11

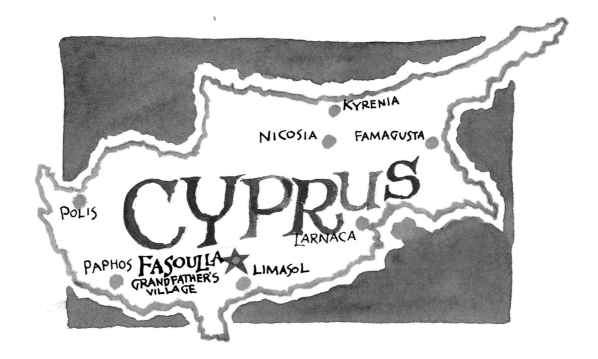

KYRENIA

NICOSIA FAMAGUSTA

CYPRUS

POLIS

LARNACA

PAPHOS FASOULLA
GRANDFATHER'S
VILLAGE LIMASOL

Punjabi translation by Amarjit Chandan

First published 1990 by André Deutsch Ltd
105-106 Great Russell Street, London WC1B 3LJ
Copyright © Jennie Ingham Associates Ltd 1990

Punjabi translation by Amarjit Chandan
Punjabi translation checked by Mangat Rai Bhardwaj

ISBN 0 233 98489 5

Printed in Great Britain by Cambus Litho, East Kilbride, Scotland

ਲੂੰਬੜੀ ਅਤੇ ਖੋਤਾ

STORYTELLERS
ANDRE DEUTSCH

The Fox and the Donkey

Told by Neophytos Elia
Illustrated by Charles Front
Editor: Jennie Ingham

André Deutsch with Jennie Ingham Associates

ਘੁੰਮੇ ਤੱਕਲੀ ਤੇ ਕੱਢੇ ਤੰਦ ਲੰਮੀ ਲੰਮੀ
ਚੱਲੇ ਤੱਕਲੀ
ਲਾਲ ਤੰਦ ਸੀਣ ਲਈ
ਲਾਲ ਤੰਦ ਪਰੋਣ ਲਈ
ਆਓ ਖਿੱਚੀਏ
ਤੰਦ ਲੰਮੀ ਲੰਮੀ

See the spindle twist and twirl
Give it a slap to make it whirl
Red thread to stitch
Red thread to darn
Here we go
Let's spin a yarn

ਬਹੁਤ ਪਹਿਲਾਂ ਦੀ ਗੱਲ ਹੈ, ਇਕ ਕੁੱਕੜ ਹੁੰਦਾ ਸੀ।
ਇਕ ਦਿਨ ਇਹ ਦਾਣੇ ਚੁਗਣ ਲਈ
ਗੋਹੇ ਦੇ ਢੇਰ 'ਤੇ ਚੜ੍ਹਿਆ।
ਦਾਣਿਆਂ ਦੀ ਥਾਂ ਇਹਨੂੰ ਰੁੱਕਾ ਲੱਭਾ,
ਜਿਹਦੇ 'ਤੇ ਲਿਖਿਆ ਸੀ:

> ਕੁੱਕੜ ਬਣੂਗਾ ਸਾਧ
> ਤੇ ਕੁੱਕੜੀ ਸਾਧਣੀ ...

Once upon a time there was a cockerel.
One day he climbed up onto a dung heap
to look for some seeds to eat.
Instead he found a piece of paper
and this is what it said:

> Cockerel must become a monk
> And Hen must be a nun...

ਸੋ ਕੁੱਕੜ ਤੇ ਕੁੱਕੜੀ ਰਲ ਕੇ ਤੁਰ ਪਏ।
ਇਹ ਤੁਰਦੇ ਗਏ ਤੁਰਦੇ ਗਏ ਕਿ ਅੱਗੋਂ ਬਟੇਰਾ ਮਿਲ ਪਿਆ।
'ਕਿਥੇ ਚਲਿਐਂ ਮੇਰਿਆ ਸੁਹਣਿਆ ਕੁੱਕੜਾ?' ਬਟੇਰੇ ਨੇ ਪੁੱਛਿਆ।

'ਅਸੀਂ ਸਾਧ ਹੋਣ ਚਲੇ ਹਾਂ,' ਕੁੱਕੜ ਬੋਲਿਆ।
'ਮੈਂ ਚੜ੍ਹਿਆ ਜਦ ਢੇਰ 'ਤੇ
ਦਾਣੇ ਖਾਣ ਨੂੰ
ਮੇਰੇ ਹੱਥ ਲੱਗਾ ਰੁੱਕਾ
ਜਿਹਦੇ 'ਤੇ ਲਿਖਿਆ ਸੀ:

> ਕੁੱਕੜ ਬਣੂਗਾ ਸਾਧ
> ਤੇ ਕੁੱਕੜੀ ਸਾਧਣੀ ...

ਇਹਦੇ 'ਚ ਲਿਖਿਐ ਤੂੰ ਸਾਡੇ ਨਾਲ ਚਲ
ਸੁਹਣਿਆ ਬਟੇਰਿਆ!'

So Cockerel and Hen set off together.
On and on they went until they met the quail.
'Where are you going to, my good Cockerel?' asked the quail.

'We are going to become holy,' said Cockerel.
'I climbed on a dung heap
to look for some seeds.
I found a piece of paper
and this is what it said:

> Cockerel must become a monk
> And Hen must be a nun…

It says you must come with us,
oh ornamented Quail!'

ਸੋ ਕੁੱਕੜ, ਕੁੱਕੜੀ ਤੇ ਬਟੇਰਾ ਰਲ ਕੇ ਤੁਰ ਪਏ।
ਇਹ ਤੁਰਦੇ ਗਏ ਤੁਰਦੇ ਗਏ ਕਿ ਅੱਗੋਂ ਤਿੱਤਰ ਮਿਲ ਪਿਆ।
'ਕਿਥੇ ਚਲਿਐਂ ਮੇਰਿਆ ਸੁਹਣਿਆ ਕੁੱਕੜਾ?' ਤਿੱਤਰ ਨੇ ਪੁੱਛਿਆ।

So Cockerel, Hen and Quail all set off together.
On and on they went until they met the partridge.
'Where are you going to, my good Cockerel?' asked the partridge.

'ਅਸੀਂ ਸਾਧ ਹੋਣ ਚਲੇ ਹਾਂ,' ਕੁੱਕੜ ਬੋਲਿਆ।
'ਮੈਂ ਜਦ ਚੜ੍ਹਿਆ ਢੇਰ 'ਤੇ
ਦਾਣੇ ਖਾਣ ਨੂੰ
ਮੇਰੇ ਹੱਥ ਲੱਗਾ ਰੁੱਕਾ
ਜਿਹਦੇ 'ਤੇ ਲਿਖਿਆ ਸੀ:

> ਕੁੱਕੜ ਬਣੂਗਾ ਸਾਧ
> ਤੇ ਕੁੱਕੜੀ ਸਾਧਣੀ ...

ਇਹਦੇ 'ਚ ਲਿਖਿਐ ਤੂੰ ਸਾਡੇ ਨਾਲ ਚਲ
ਸੁਹਣਿਆ ਤਿੱਤਰਾ!'

'We are going to become holy,' said Cockerel.
'I climbed on a dung heap
to look for some seeds.
I found a piece of paper
and this is what it said:

> Cockerel must become a monk
> And Hen must be a nun…

It says you must come with us,
oh pretty patterned Partridge!'

ਸੋ ਕੁੱਕੜ, ਕੁੱਕੜੀ, ਬਟੇਰਾ ਤੇ ਤਿੱਤਰ ਰਲ ਕੇ ਤੁਰ ਪਏ।
ਇਹ ਤੁਰਦੇ ਗਏ ਤੁਰਦੇ ਗਏ ਕਿ ਅੱਗੋਂ ਲੂੰਬੜੀ ਮਿਲ ਪਈ।
'ਕਿਥੇ ਚਲਿਐਂ ਮੇਰਿਆ ਸੁਹਣਿਆ ਕੁੱਕੜਾ?' ਲੂੰਬੜੀ ਨੇ ਪੁੱਛਿਆ।

'ਅਸੀਂ ਸਾਧ ਹੋਣ ਚਲੇ ਹਾਂ,' ਕੁੱਕੜ ਬੋਲਿਆ।
'ਮੈਂ ਚੜ੍ਹਿਆ ਜਦ ਢੇਰ 'ਤੇ
ਦਾਣੇ ਖਾਣ ਨੂੰ
ਮੇਰੇ ਹੱਥ ਲੱਗਾ ਰੁੱਕਾ
ਜਿਹਦੇ 'ਤੇ ਲਿਖਿਆ ਸੀ:

ਕੁੱਕੜ ਬਣੂਗਾ ਸਾਧ
ਤੇ ਕੁੱਕੜੀ ਸਾਧਣੀ ...

ਇਹਦੇ 'ਚ ਲਿਖਿਐ ਤੂੰ ਸਾਡੇ ਨਾਲ ਚਲ
ਚਲਾਕੋ ਲੂੰਬੜੀਏ!'

So Cockerel, Hen, Quail and Partridge all set off together.
On and on they went until they met the fox.
'Where are you going to, my good Cockerel?' asked the fox.

'We are going to become holy,' said Cockerel.
'I climbed on a dung heap
to look for some seeds.
I found a piece of paper
and this is what it said:

> Cockerel must become a monk
> And Hen must be a nun...

It says you must come with us,
oh crafty cunning Fox!'

ਸੋ ਕੁੱਕੜ, ਕੁੱਕੜੀ, ਬਟੇਰਾ, ਤਿੱਤਰ ਤੇ ਲੂੰਬੜੀ ਰਲ ਕੇ ਤੁਰ ਪਏ।
ਇਹ ਤੁਰਦੇ ਗਏ ਤੁਰਦੇ ਗਏ ਕਿ ਅੱਗੋਂ ਚੰਡੋਲ ਮਿਲ ਪਈ।
'ਕਿੱਥੇ ਚਲਿਐਂ ਮੇਰਿਆ ਸੁਹਣਿਆ ਕੁੱਕੜਾ?' ਚੰਡੋਲ ਨੇ ਪੁੱਛਿਆ।

'ਅਸੀਂ ਸਾਧ ਹੋਣ ਚਲੇ ਹਾਂ,' ਕੁੱਕੜ ਬੋਲਿਆ।
'ਮੈਂ ਜਦ ਚੜ੍ਹਿਆ ਢੇਰ 'ਤੇ
ਦਾਣੇ ਖਾਣ ਨੂੰ
ਮੇਰੇ ਹੱਥ ਲੱਗਾ ਰੁੱਕਾ
ਜਿਹਦੇ 'ਤੇ ਲਿਖਿਆ ਸੀ:

ਕੁੱਕੜ ਬਣੂਗਾ ਸਾਧ
ਤੇ ਕੁੱਕੜੀ ਸਾਧਣੀ ...

ਇਹਦੇ 'ਚ ਲਿਖਿਐ ਤੂੰ ਸਾਡੇ ਨਾਲ ਚਲ ਛੁਹਲੀਏ ਚੰਡੋਲੀਏ!'

So Cockerel, Hen, Quail, Partridge and Fox all set off together.
On and on they went until they met the skylark.
'Where are you going to, my good Cockerel?' asked the skylark.

'We are going to become holy,' said Cockerel.
'I climbed on a dung heap
to look for some seeds.
I found a piece of paper
and this is what it said:

Cockerel must become a monk
And Hen must be a nun...

It says you must come with us, oh swift and tuneful Skylark!'

ਸੋ ਕੁੱਕੜ, ਕੁੱਕੜੀ, ਬਟੇਰਾ, ਲੂੰਬੜੀ ਤੇ ਚੰਡੋਲ ਰਲ ਕੇ ਤੁਰ ਪਏ।
ਇਹ ਤੁਰਦੇ ਗਏ ਤੁਰਦੇ ਗਏ ਕਿ ਅੱਗੋਂ ਖੋਤਾ ਮਿਲ ਪਿਆ।
'ਕਿਥੇ ਚਲਿਐਂ ਮੇਰਿਆ ਸੁਹਣਿਆ ਕੁੱਕੜਾ?' ਖੋਤੇ ਨੇ ਪੁੱਛਿਆ।

'ਅਸੀਂ ਸਾਧ ਹੋਣ ਚਲੇ ਹਾਂ,' ਕੁੱਕੜ ਬੋਲਿਆ।
'ਮੈਂ ਚੜ੍ਹਿਆ ਜਦ ਢੇਰ 'ਤੇ
ਦਾਣੇ ਖਾਣ ਨੂੰ
ਮੇਰੇ ਹੱਥ ਲੱਗਾ ਰੁੱਕਾ
ਜਿਹਦੇ 'ਤੇ ਲਿਖਿਆ ਸੀ:

ਕੁੱਕੜ ਬਣੂਗਾ ਸਾਧ
ਤੇ ਕੁੱਕੜੀ ਸਾਧਨੀ ...

ਇਹਦੇ 'ਚ ਲਿਖਿਐ ਤੂੰ ਸਾਡੇ ਨਾਲ ਚਲ ਗਧਿਆ ਓ ਮੂਰਖਾ!'

So Cockerel, Hen, Quail, Partridge, Fox and Skylark all set off together.
On and on they went until they met the donkey.
'Where are you going to, my good Cockerel?' asked the donkey.

'We are going to become holy,' said Cockerel.
'I climbed on a dung heap
to look for some seeds.
I found a piece of paper
and this is what it said:

>   Cockerel must become a monk
>   And Hen must be a nun…

It says you must come with us, oh stupid braying Donkey!'

ਸੋ ਕੁੱਕੜ, ਕੁੱਕੜੀ, ਬਟੇਰਾ, ਤਿੱਤਰ, ਲੂੰਬੜੀ, ਚੰਡੋਲ ਤੇ ਖੋਤਾ ਸਾਰੇ
ਰਲ ਕੇ ਤੁਰ ਪਏ।
ਇਹ ਤੁਰਦੇ ਗਏ ਤੁਰਦੇ ਗਏ ਕਿ ਅੱਗੋਂ ਮੀਂਹ ਪੈਣ ਲਗ ਪਿਆ।
'ਅਸੀਂ ਕਿਥੇ ਸਿਰ ਲੁਕਾਈਏ?' ਕੁੱਕੜ ਪੁੱਛਣ ਲੱਗਾ।

'ਮਿਟੀ ਦੇ ਘੁਰਨੇ 'ਚ?' ਚੰਡੋਲ ਨੇ ਕਿਹਾ।

'ਝਾੜੀ ਹੇਠਾਂ?' ਤਿੱਤਰ ਨੇ ਕਿਹਾ।

'ਦਰੱਖਤ ਥੱਲੇ?' ਖੋਤੇ ਨੇ ਕਿਹਾ।

ਪਰ ਚਲਾਕ ਲੂੰਬੜੀ ਆਖਣ ਲੱਗੀ, 'ਮੇਰੀ ਗੁਫ਼ਾ
ਲਾਗੇ ਹੀ ਹੈ। ਓਹਦੇ 'ਚ ਆਪਾਂ ਸਾਰੇ ਆ ਜਾਵਾਂਗੇ।
ਓਥੇ ਵਾਛੜ ਨਹੀਂ ਆਉਣ ਲੱਗੀ।'

So Cockerel, Hen, Quail, Partridge, Fox, Skylark and Donkey
all set off together.
On and on they went until it began to rain.
'Where shall we find shelter?' asked Cockerel.

'Under a clod?' said Skylark.

'Under a bush?' said Partridge.

'Under a tree?' said Donkey.

But crafty Fox said, 'Nearby is my cave.
It is big enough to shelter us all.
The rain will not find us in there.'

ਸੋ ਕੁੱਕੜ, ਕੁੱਕੜੀ, ਬਟੇਰਾ, ਤਿੱਤਰ, ਚੰਡੋਲ ਤੇ ਖੋਤਾ ਸਾਰੇ
ਲੂੰਬੜੀ ਦੇ ਪਿੱਛੇ-ਪਿੱਛੇ ਤੁਰ ਪਏ।
ਜਦ ਸਾਰੇ ਗੁਫ਼ਾ ’ਚ ਵੜ ਗਏ ਤਾਂ ਲੂੰਬੜੀ ਨੇ ਕਿਹਾ,
‘ਮੈਂ ਬਾਹਰ ਜਾ ਕੇ ਦੇਖ ਕੇ ਆਉਂਦੀ ਹਾਂ ਕਿ ਮੀਂਹ ਹਟਿਆ ਕਿ ਨਹੀਂ।’
ਪਰ ਇਹ ਗੁਫ਼ਾ ਦੇ ਅੱਗੇ ਜਾ ਕੇ ਲੁਕ ਗਈ।

ਕੁਝ ਚਿਰ ਪਿੱਛੋਂ ਕੁੱਕੜ ਆਖਣ ਲੱਗਾ,
‘ਲੂੰਬੜੀ ਗਈ ਨੂੰ ਬੜੀ ਦੇਰ ਹੋ ਗਈ।
ਮੈਂ ਦੇਖ ਕੇ ਆਉਂਦਾਂ।’

ਕੁੱਕੜ ਬਾਹਰ ਨੂੰ ਗਿਆ,
ਤਾਂ ਲੂੰਬੜੀ ਇਹਨੂੰ ਧੌਣੋਂ ਫੜ ਕੇ
ਸਬੂਤਾ ਨਿਗਲ ਗਈ!

So Cockerel, Hen, Quail, Partridge, Skylark and Donkey
all followed Fox to the cave.
When they were all inside Fox said,
'I will just go out and see if the rain has stopped.'
But he went and hid by the mouth of the cave.

After a while, Cockerel said,
'Fox has been gone a long time.
I'll go and see what has become of him.'

So Cockerel went out to look,
but Fox grabbed him by the scruff of the neck
and gobbled him all up!

ਝਟ ਕੁ ਪਿਛੋਂ ਕੁੱਕੜੀ ਆਖਣ ਲੱਗੀ,
'ਕੁੱਕੜ ਤੇ ਲੂੰਬੜੀ ਬੜੀ ਦੇਰ ਦੇ ਗਏ ਮੁੜੇ ਨਹੀਂ।
ਮੈਂ ਦੇਖ ਕੇ ਆਉਂਦੀ ਹਾਂ।'

ਕੁੱਕੜੀ ਬਾਹਰ ਦੇਖਣ ਨਿਕਲੀ,
ਤਾਂ ਲੂੰਬੜੀ ਇਹਨੂੰ ਧੌਣੋਂ ਫੜ ਕੇ
ਸਬੂਤਾ ਨਿਗਲ ਗਈ!

ਅਗਾਂਹ ਤੁਹਾਨੂੰ ਪਤਾ ਹੀ ਹੈ,
ਬਟੇਰੇ ਤੇ ਤਿੱਤਰ ਦਾ ਵੀ ਇਹੀ ਹਸ਼ਰ ਹੋਇਆ।

After a while, Hen said,
'Cockerel and Fox have been gone a long time.
I'll go and see what has become of them.'

So Hen went out to look,
but Fox grabbed her by the scruff of the neck
and gobbled her up as well!

As you can imagine, it wasn't long before
Quail and Partridge met the same sad fate.

ਚੰਡੋਲ ਬਾਹਰ ਦੇਖਣ ਗਈ ਕਿ ਕੁੱਕੜ, ਕੁੱਕੜੀ,
ਬਟੇਰੇ ਤੇ ਤਿੱਤਰ ਦਾ ਕੀ ਬਣਿਆ।

ਜਦ ਚੰਡੋਲ ਨੇ ਦੇਖਿਆ ਕਿ ਲੂੰਬੜੀ ਇਹਨੂੰ ਵੀ ਖਾਣ
ਲੱਗੀ ਹੈ, ਤਾਂ ਇਹ ਇਹਨੂੰ ਆਖਣ ਲੱਗੀ,
'ਮੈਂ ਤਾਂ ਪਿੱਦੀ-ਜਿਹੀ ਹਾਂ। ਤੂੰ ਮੈਨੂੰ ਉੱਚਾ
ਉਡ ਲੈਣ ਦੇ, ਫੇਰ ਮੈਂ ਤੇਰੇ ਮੂੰਹ 'ਚ ਆ ਡਿਗੂੰਗੀ।'

ਲੂੰਬੜੀ ਮੰਨ ਗਈ ਤੇ ਚੰਡੋਲ ਫੁਰ-ਫੁਰ ਕੇ
ਉਡ ਗਈ। ਫੇਰ ਇਹ ਲੂੰਬੜੀ ਦੇ ਮੂੰਹ 'ਚ
ਰੋੜਾ ਸੁੱਟ ਕੇ ਅਲੋਪ ਹੋ ਗਈ।

Then Skylark went out to see what had become of
Cockerel, Hen, Quail and Partridge.

When she saw that Fox was going to gobble her up
as well she said, 'I am only a tiny bird.
Let me fly high into the sky
and drop down into your mouth.'

Fox agreed and Skylark flew high into the sky.
Then she dropped a stone into Fox's mouth
and flew far away.

ਆਖਰ ਇਕੱਲਾ ਖੋਤਾ ਹੀ ਰਹਿ ਗਿਆ।
ਇਹ ਵੀ ਬਾਹਰ ਦੇਖਣ ਨਿਕਲਿਆ ਕਿ
ਕੁੱਕੜ, ਕੁੱਕੜੀ, ਬਟੇਰੇ, ਤਿੱਤਰ ਤੇ ਚੰਡੋਲ ਦਾ ਕੀ ਬਣਿਆ।

ਜਦ ਇਹਨੇ ਲੂੰਬੜੀ ਦਾ ਆਫ਼ਰਿਆ ਢਿੱਡ
ਦੇਖਿਆ ਤੇ ਆਪਣੇ ਬੇਲੀ ਕਿਤੇ ਨਜ਼ਰ ਨਾ ਆਏ
ਤਾਂ ਇਹਨੇ ਆਪਣੀ ਜਾਨ ਬਚਾਉਣ ਦੀ ਸੋਚੀ।

ਇਹ ਆਪਣੇ ਖੁਰ ਵਲ ਇਸ਼ਾਰਾ ਕਰਕੇ ਲੂੰਬੜੀ
ਨੂੰ ਕਹਿੰਦਾ, 'ਦੇਖ! ਮੇਰੀ ਖੁਰੀ ਹੇਠਾਂ
ਖਜ਼ਾਨੇ ਦੀ ਪੋਟਲੀ ਪਈ ਹੈ। ਤੂੰ ਇਹ ਲੈ ਲੈ।
ਮੇਰੇ ਮੂਰਖ ਦੇ ਇਹ ਕਿਸ ਕੰਮ ਦੀ।'

ਲੂੰਬੜੀ ਨੇ ਕਿਹਾ, 'ਛੇਤੀ ਕਰ, ਆਪਣਾ ਖੁਰ
ਚੁਕ।'

ਲੂੰਬੜੀ ਦੇਖਣ ਲਈ ਨਿੰਵੀਂ ਤਾਂ ਖੋਤੇ ਨੇ
ਐਸਾ ਦੁਲੱਤਾ ਮਾਰਿਆ ਕਿ ਲੂੰਬੜੀ ਸੱਤਵੇਂ
ਆਸਮਾਨ ਪਹੁੰਚ ਗਈ।

At last only Donkey was left.
He too went out to see what had become of
Cockerel, Hen, Quail, Partridge and Skylark.

When he saw Fox's fat stomach
and no sign of his friends
he thought of a plan to save himself.

He looked hard at the ground by his hoof
and said to Fox, 'Look! Under my horseshoe
is a piece of paper full of treasure.
Take it. It is of no use to a stupid donkey.'

Fox said, 'Quick, lift your foot up higher
so that I can see.'

As Fox went to take a closer look,
Donkey kicked him high into the sky
and far away over the farms and fields.

ਇਸ ਤਰ੍ਹਾਂ ਖੋਤੇ ਦਾ ਜਾਨ ਬਚੀ, ਤੇ ਉਸ ਤੋਂ
ਪਿਛੋਂ ਲੂੰਬੜੀ ਨਜ਼ਰ ਨਹੀਂ ਆਈ।
ਤੁਹਾਨੂੰ ਪਤੈ ਲੂੰਬੜੀ ਕਿਥੇ ਜਾ ਕੇ ਡਿੱਗੀ
ਹੋਏਗੀ? ਸ਼ਾਇਦ ਚੰਡੋਲ ਜਾਣਦੀ ਹੋਵੇ!

ਸੋ ਉਨ੍ਹਾਂ ਨੂੰ ਓਥੇ ਛਡ ਕੇ ਮੈਂ ਤੁਹਾਡੇ
ਕੋਲ ਤੁਹਾਨੂੰ ਖ਼ੁਸ਼ ਵਸਦਿਆਂ ਨੂੰ ਦੇਖਣ ਆ ਗਿਆ।

So Donkey was saved
and no one has seen Fox since that day.
Do you know where he came down?
Maybe Skylark can tell you!

So I left them there and came back here
to find you all in better health.

GLOSSARY

braying	the noise made by a donkey
clod	a large piece of earth
cunning	clever, in a crafty way
dungheap	a pile of farmyard manure
monk	a man who has taken holy orders
nun	a woman who has taken holy orders
ornamented	beautifully patterned
partridge	a large colourful game bird
quail	a small colourful game bird of the partridge family
scruff of the neck	at the back of the neck – the way a mother cat picks up her kittens
skylark	a small brown bird which sings in flight
spindle	a small wooden bar used for twisting and winding thread in spinning